ÅF188007

Impressum
Verlag: BABADADA GmbH, Nedderfeld 112 , 22529 Hamburg
Geschäftsführer / Verlagsleitung: Harald Hof
Druck: Books on Demand GmbH, In de Tarpen 42, 22848 Norderstedt

Imprint
Publisher: BABADADA GmbH, Nedderfeld 112 , 22529 Hamburg, Germany
Managing Director / Publishing direction: Harald Hof
Print: Books on Demand GmbH, In de Tarpen 42, 22848 Norderstedt

skole

shule

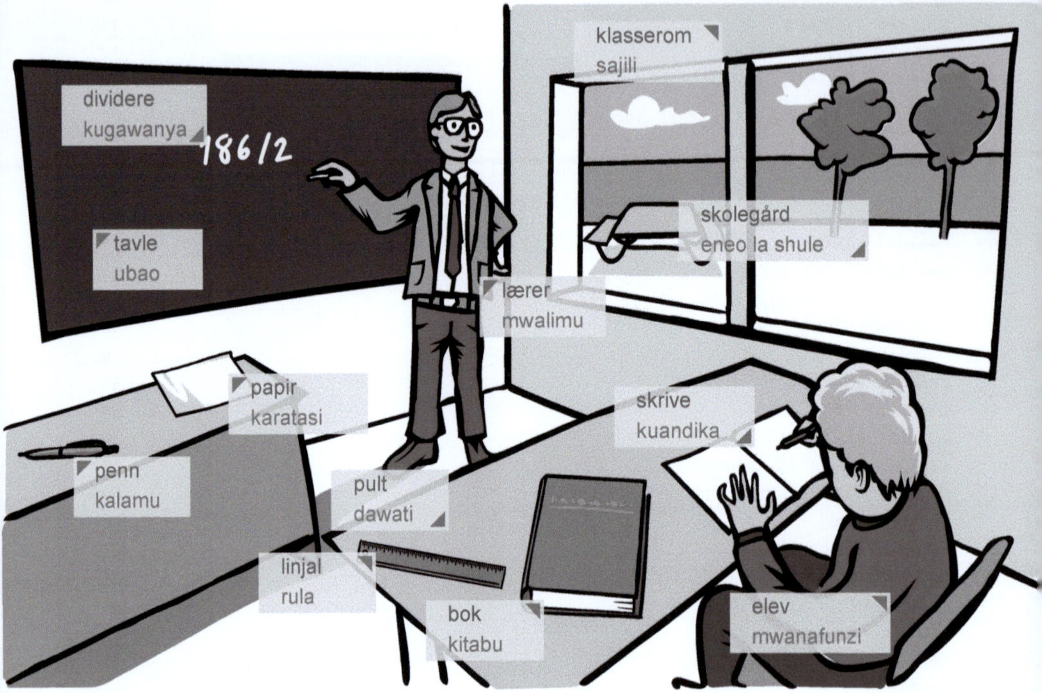

dividere
kugawanya
186/2
klasserom
sajili
tavle
ubao
skolegård
eneo la shule
lærer
mwalimu
papir
karatasi
skrive
kuandika
penn
kalamu
pult
dawati
linjal
rula
bok
kitabu
elev
mwanafunzi

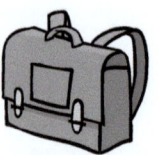

ransel

mkoba

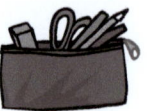

penal

kikasha cha penseli

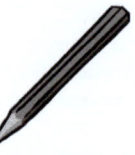

blyant

penseli

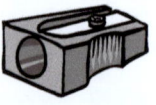

blyantspisser

kichonga penseli

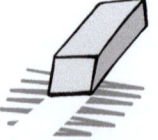

viskelær

mpira

tegneblokk

pedi ya kuchora

tegning

uchoraji

pensel

brashi ya rangi

malerskrin

sanduku la rangi

saks

mkasi

lim

gundi

arbeidsbok

daftari

lekse

kazi ya nyumbani

tall

nambari

addere

jumlisha

subtrahere

ondoa

multiplisere

zidisha

regne

kokotoa

bokstav

barua

alfabet

alfabeti

ord

neno

tekst

maandishi

lese

kusoma

kritt

chaki

skoletime

somo

klassebok

sajili

eksamen

uchunguzi

vitnemål

cheti

skoleuniform

sare za shule

utdannelse

elimu

leksikon

elezo

universitet

chuo kikuu

mikroskop

darubini

kart

ramani

papirkurv

kikapu cha kuweka karatasi chafu

reise
usafiri

hotell
hoteli
Grand
pensjonat
hosteli
ROOMS
vekslingskontor
ofisi ya ubadilishanaji
EXCHANGE
koffert
sanduku
bil
gari

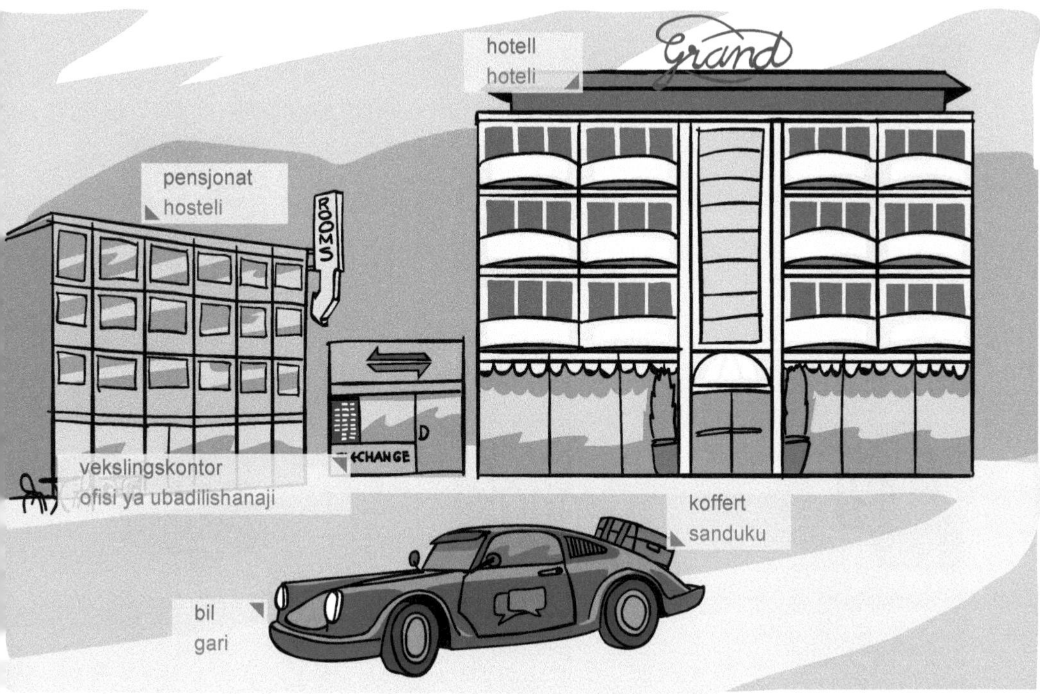

språk
lugha

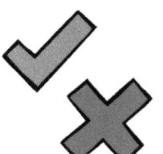

ja / nei
ndiyo / la

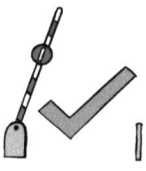

okay
sawa

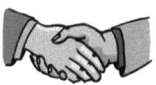

Hei
hujambo

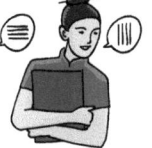

tolk
mtafsiri

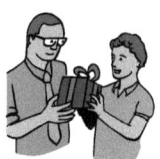

takk skal du ha
Asante

Hva koster...?

kiasi gani ni ...?

Jeg forstår ikke

Sielewi

problem

tatizo

God kveld!

Jioni njema!

God morgen!

Habari za asubuhi!

God natt!

Usiku mwema!

ha det bra

kwa heri

retning

mwelekeo

bagasje

mizigo

veske

mfuko

ryggsekk

shanta

gjest

mgeni

rom

chumba

sovepose

begi la kulalia

telt

hema

turistinformasjon

taarifa ya utalii

strand

ufuo

kredittkort

kadi

frokost

kifunguakinywa

lunsj

chakula cha mchana

middag

chakula cha jioni

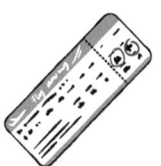

billett

tiketi

heis

kuinua

stempel

muhuri

grense

mpaka

toll

mila

ambassade

ubalozi

visum

visa

pass

pasipoti

transport
usafiri

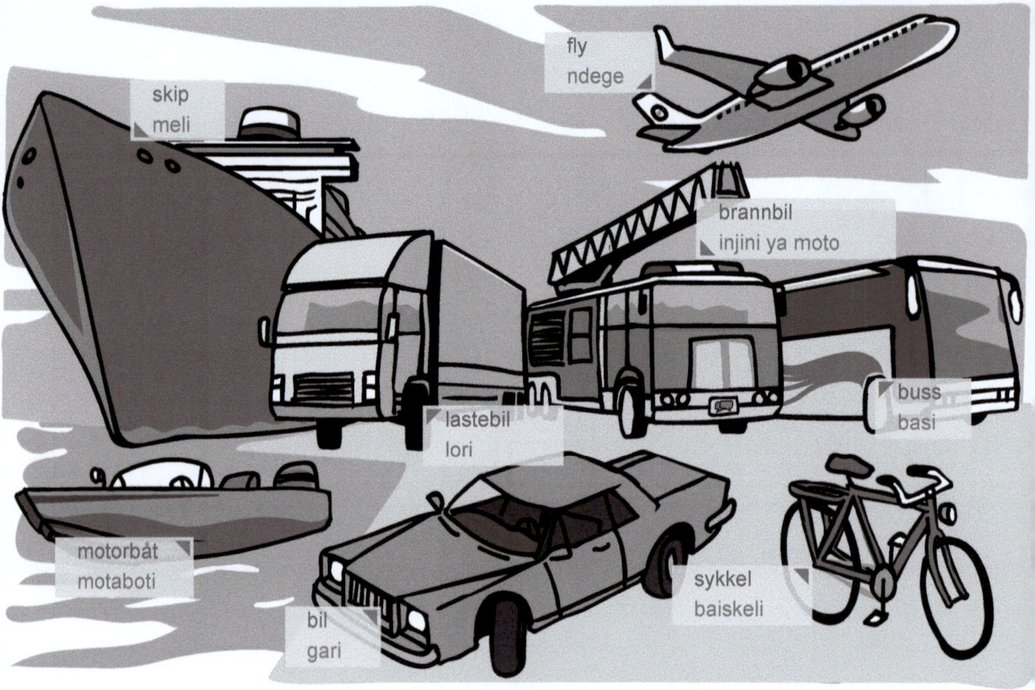

skip
meli
fly
ndege
brannbil
injini ya moto
lastebil
lori
buss
basi
motorbåt
motaboti
bil
gari
sykkel
baiskeli

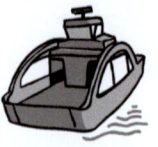

ferge

feri

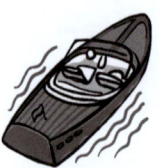

båt

mashua

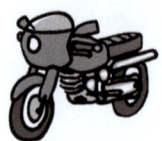

motorsykkel

pikipiki

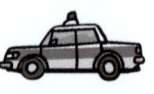

politibil

gari la polisi

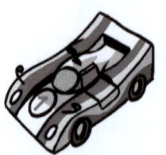

racerbil

gari la mashindano

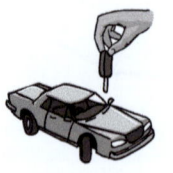

leiebil

gari la kukodisha

bilkollektiv

kushiriki gari

bergingsbil

lori la kuvuta

søppelbil

ukusanyaji taka

motor

motor

brennstoff

mafuta

bensinstasjon

kituo cha mafuta

trafikkskilt

ishara trafiki

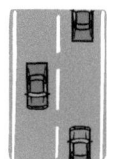

trafikk

trafiki

trafikkork

msongamano

parkeringsplass

maegesho

togstasjon

kituo cha treni

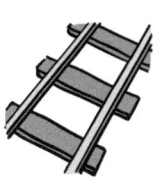

skinne

reli

tog

garimoshi

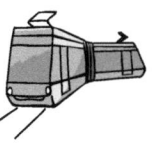

trikk

tremu

vogn

gari la mizigo

transport - usafiri

helikopter

helikopta

flyplass

uwanja wa ndege

tårn

mnara

passasjer

abiria

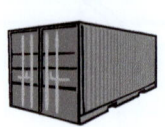

konteiner

chombo

kartong

katoni

tralle

mkokoteni

kurv

kikapu

starte / lande

ondoka

by

jiji

landsby

kijiji

sentrum

katikati ya jiji

hus

nyumba

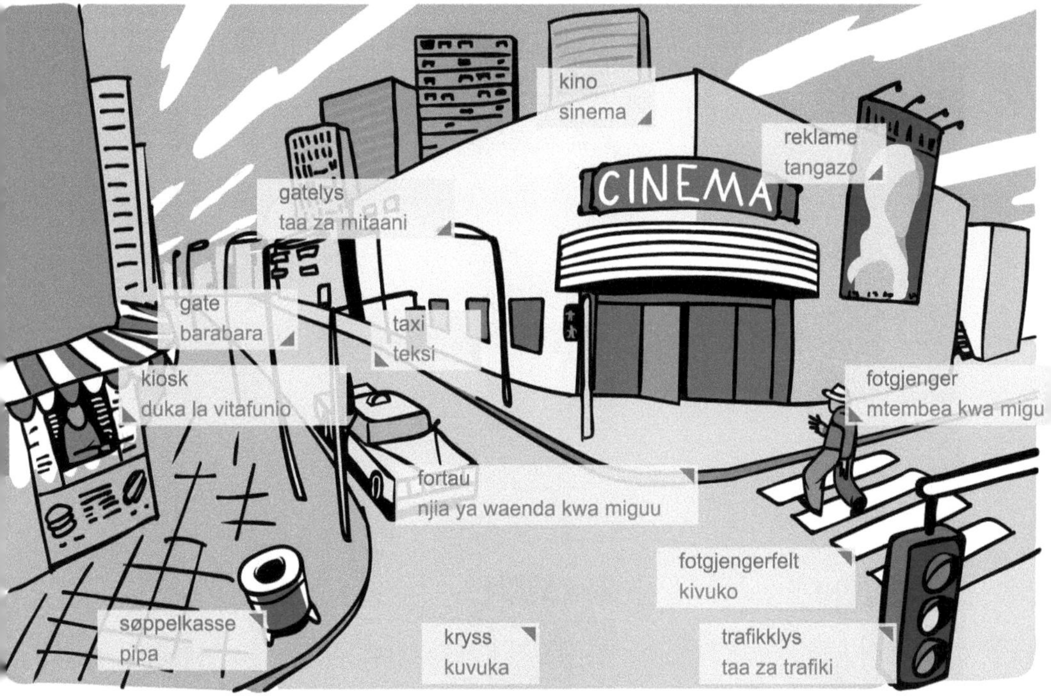

kino
sinema

reklame
tangazo

gatelys
taa za mitaani

CINEMA

gate
barabara

taxi
teksi

kiosk
duka la vitafunio

fotgjenger
mtembea kwa migu

fortau
njia ya waenda kwa miguu

fotgjengerfelt
kivuko

søppelkasse
pipa

kryss
kuvuka

trafikklys
taa za trafiki

hytte

kibanda

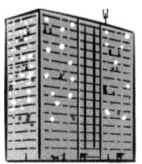

leilighet

gorofa

togstasjon

kituo cha treni

rådhus

ukumbi wa mji

museum

Makavazi

skole

shule

by - jiji

universitet

chuo kikuu

bank

benki

sykehus

hospitali

hotell

hoteli

apotek

duka la dawa

kontor

ofisi

bokhandel

duka la kitabu

butikk

duka

blomsterbutikk

duka la maua

matbutikk

dukakuu

marked

soko

varehus

idara ya kuhifadhi

fiskehandler

mwuza samaki

kjøpesenter

kituo cha ununuzi

havn

bandari

park

Hifadhi

benk

benki

bro

daraja

trapp

vidato

t-bane

chini ya ardhi

tunnel

handaki

busstopp

kituo cha mabasi

bar

bar

restaurant

mgahawa

postkasse

sanduku la posta

gateskilt

ishara ya barabara

parkometer

mita ya maegesho

dyrehage

bustani ya wanyama

svømmebasseng

kidimbwi cha kuogelea

moské

msikiti

bondegård
shamba

miljøforurensing
uchafuzi

kirkegård
makaburini

kirke
kanisa

lekeplass
uwanja wa michezo

tempel
hekalu

landskap

mazingira

blad
jani

veiviser
ishara ya mwelekeo

vei
njia

eng
malisho

stein
jiwe

turgåer
mtembeaji wa masafa

tre
mti

elv
mto

gress
nyasi

blomst
ua

dal

bonde

fjell

kilima

innsjø

ziwa

skog

msitu

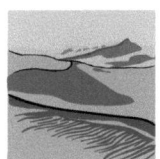

ørken

jangwa

vulkan

volkano

slott

ngome

regnbue

upinde wa mvua

sopp

uyoga

palmetre

mtende

mygg

mbu

flue

kuruka

maur

chungu

bie

nyuki

edderkopp

buibui

bille

mende

frosk

chura

ekorn

kuchakuro

piggsvin

nungunungu

hare

sungura

ugle

bundi

fugl

ndege

svane

swan

villsvin

nguruwe mwitu

hjort

kulungu

elg

aina ya kongoni

demning

bwawa

vindturbin

tabo ya upepo

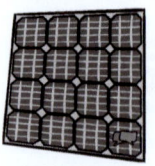

solcellepanel

nishaji ya jua

klima

hali ya hewa

restaurant
mgahawa

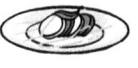

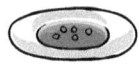

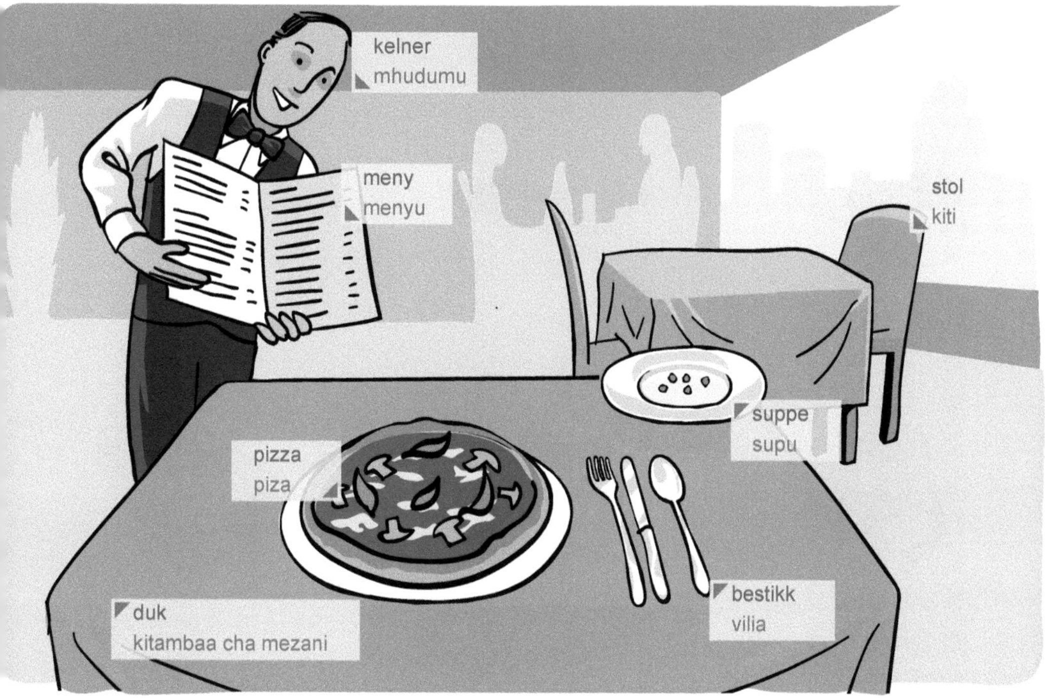
kelner
mhudumu
meny
menyu
stol
kiti
suppe
supu
pizza
piza
duk
kitambaa cha mezani
bestikk
vilia

forrett

kiamsha hamu

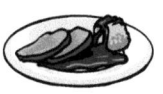

hovedrett

kozi kuu

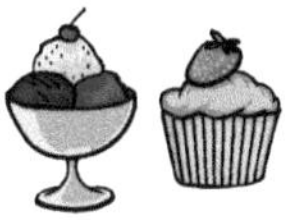

dessert

kitindamlo

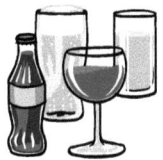

drikkevarer

vinywaji

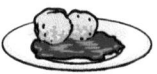

mat

chakula

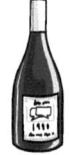

flaske

chupa

hurtigmat

chakula cha haraka

gatemat

Streetfood

tekanne

buli

sukkerskål

kisanduku cha sukari

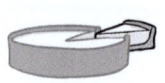

porsjon

sehemu

espressomaskin

mashine ya espresso

barnestol

kiti kirefu

regning

muswada

brett

trei

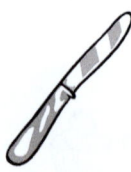

kniv

kisu

gaffel

uma

skje

kijiko

teskje

kijiko cha chai

serviett

nepi

glass

glasi

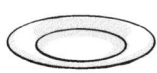

tallerken

sahani

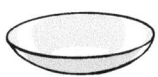

suppetallerken

sahani ya supu

skål

sufuria

saus

mchuzi

saltbøsse

kichanyaji chumvi

pepperkvern

kinu cha pilipili

eddik

siki

olje

mafuta

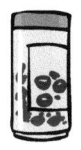

krydder

viungo

ketchup

kechapu

sennep

haradali

majones

kachumbari nzito

matbutikk

dukakuu

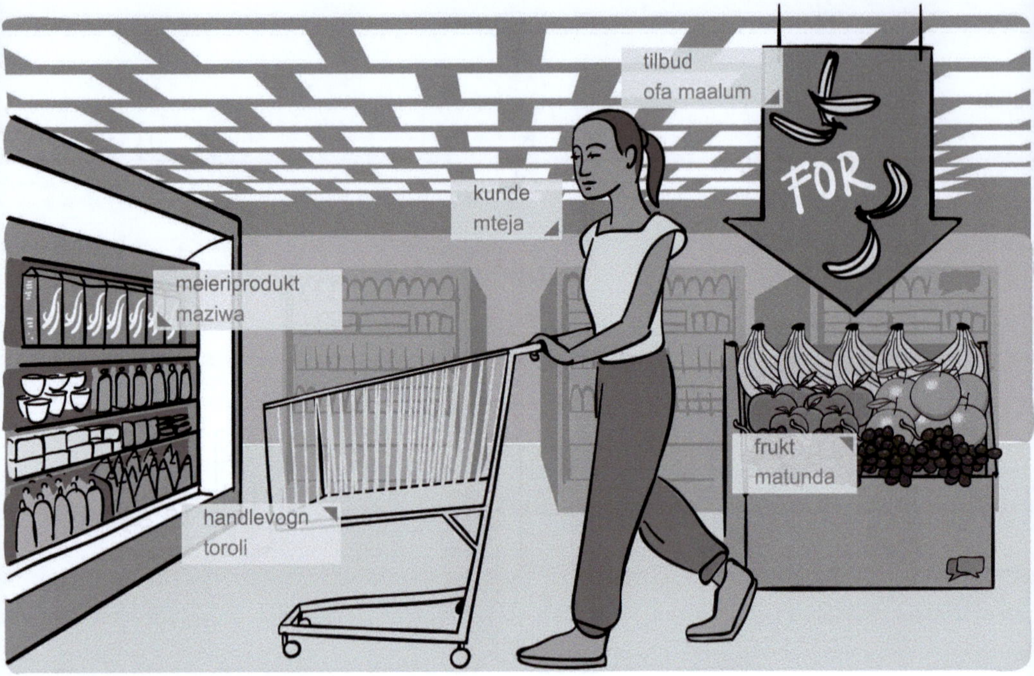
tilbud
ofa maalum
FOR
kunde
mteja
meieriprodukt
maziwa
frukt
matunda
handlevogn
toroli

BUTCHERS

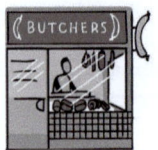

slakter

mchinjaji

BAKERY

bakeri

mwokaji

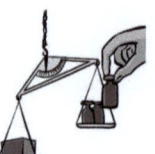

veie

uzito

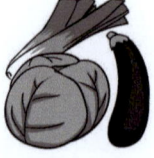

grønnsaker

mboga

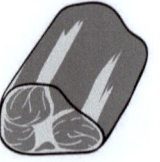

kjøtt

nyama

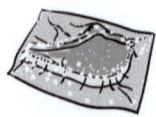

frysevarer

chakula waliohifadhiwa

oppskåret pålegg

vipande vya nyama baridi

hermetikk

chakula cha kopo

vaskepulver

sabuni ya unga

godteri

pipi

husholdningsprodukter

bidhaa za kaya

rengjøringsmidler

bidhaa za kusafisha

butikkmedarbeider

mtu mauzo

kassaapparat

mpaka

kasserer

keshia

handleliste

orodha ya manunuzi

åpningstider

masaa ya ufunguzi

lommebok

mkoba

kredittkort

kadi

veske

mfuko

plastpose

mfuko wa plastiki

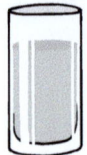

vann

maji

juice

sharubati

melk

maziwa

cola

coke

vin

mvinyo

øl

bia

alkohol

pombe

kakao

kakao

te

chai

kaffe

kahawa

espresso

spreso

cappuccino

kapuchino

banan

ndizi

eple

tufaha

appelsin

machungwa

melon

tikiti

sitron

lemon

gulrot

karoti

hvitløk

kitunguu saumu

bambus

mianzi

løk

kitunguu

sopp

uyoga

nøtter

karanga

nudler

nudo

spagetti

spageti

ris

mpunga

salat

saladi

pommes frites

vibanzi

stekte poteter

viazi vya kukaanga

pizza

piza

hamburger

hambaga

sandwich

sandwichi

biff

kipande

skinke

paja la mnyama

salami

salami

pølse

soseji

kylling

kuku

stek

choma

fisk

samaki

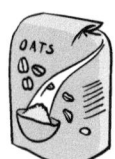

havregryn

oats ya uji

müsli

muesli

cornflakes

cornflakes

mel

unga

croissant

kroisanti

rundstykke

andazi

brød

mkate

ristet brød

mkate wa kubanika

kjeks

biskuti

smør

siagi

kvarg

maziwa mgando

kake

keki

egg

yai

speilegg

yai kukaanga

ost

jibini

iskrem

aiskrimu

sukker

sukari

honning

asali

syltetøy

jemu

sjokoladepålegg

kuenea kwa chokoleti

karri

mchuzi wa viungo

bondegård
shamba

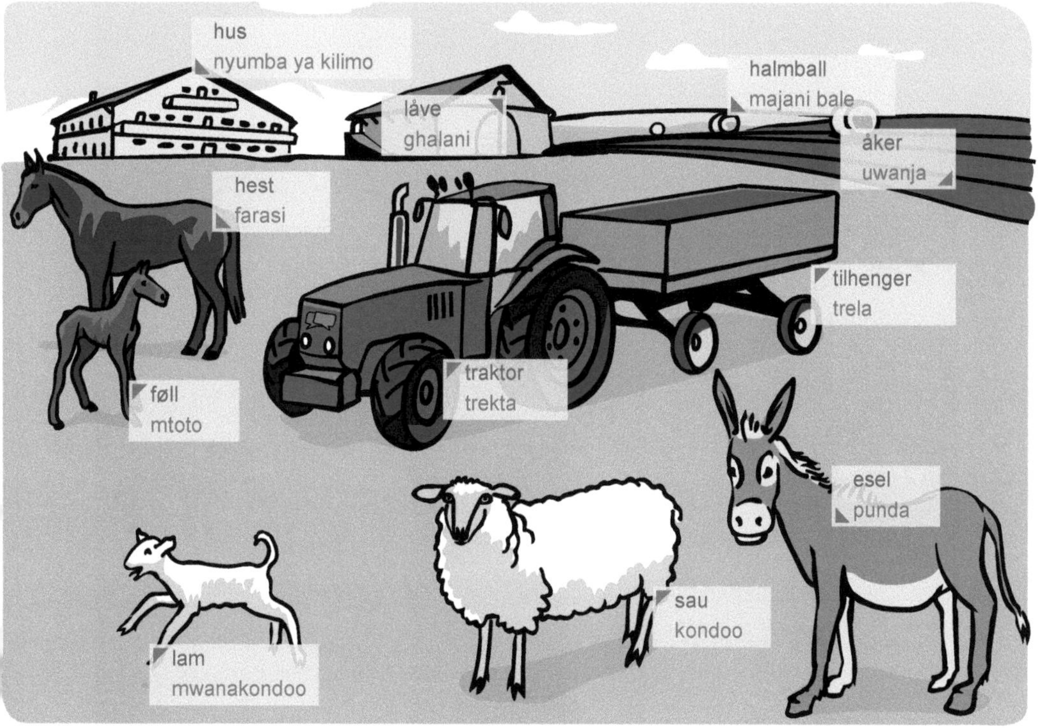
hus
nyumba ya kilimo
låve
ghalani
halmball
majani bale
åker
uwanja
hest
farasi
tilhenger
trela
traktor
trekta
føll
mtoto
esel
punda
sau
kondoo
lam
mwanakondoo

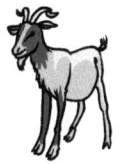

geit
mbuzi

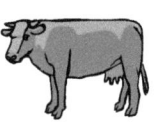

ku
ng'ombe

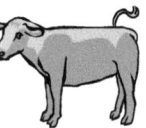

kalv
ndama

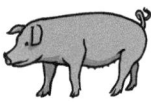

gris
nguruwe

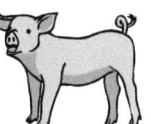

grisunge
mwananguruwe

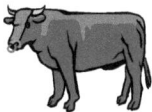

okse
fahali

gås
batabukini

and
bata

kylling
kifaranga

høne
kuku

hane
jogoo

rotte
panya

katt
paka

mus
panya

okse
ng'ombe

hund
mbwa

hundehus
nyumba ya mbwa

hageslange
bomba la bustani

vannkanne
debe la kumwagilia maji

ljå
fyekeo

plog
kulima

sigd

mundu

hakke

jembe

høygaffel

uma wa nyasi

øks

shoka

trillebår

toroli

trau

kupitia nyimbo

melkekanne

chombo cha maziwa

sekk

gunia

gjerde

ua

fjøs

imara

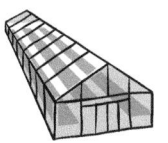

drivhus

chafu

jord

udongo

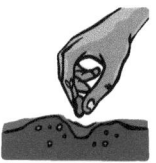

frø

mbegu

gjødsel

mbolea

skurtresker

kivunaji

 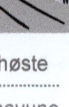

høste
mavuno

innhøsting
mavuno

yams
viazi vikuu

hvete
ngano

soja
soya

potet
viazi

mais
mahindi

raps
rapa

frukttre
mti wa matunda

kassava
muhogo

korn
nafaka

hus
nyumba

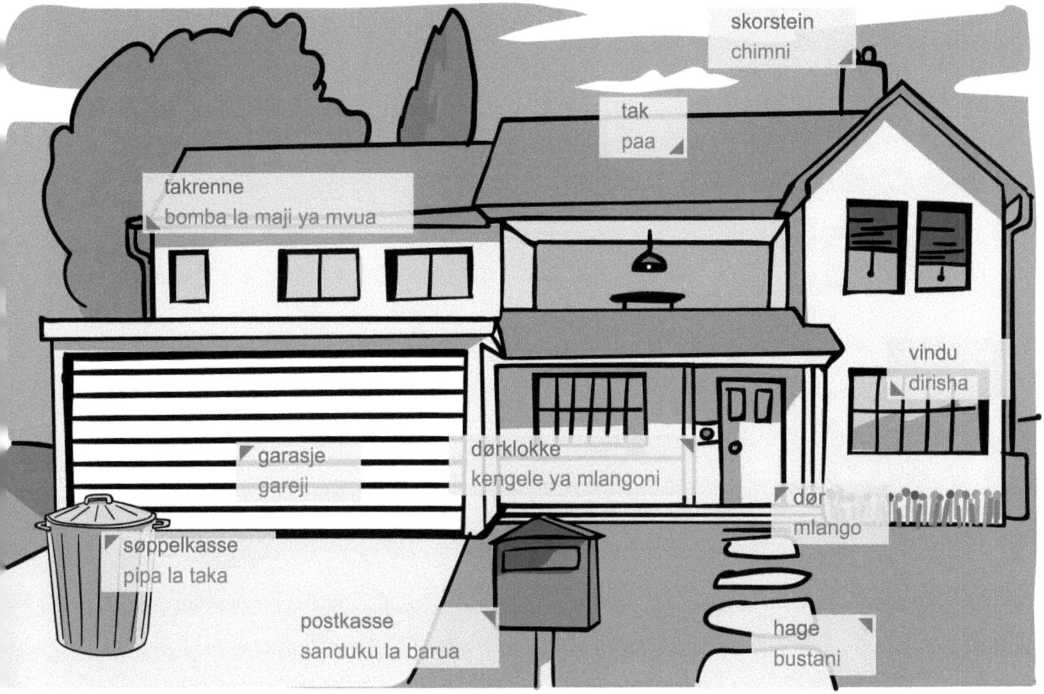
skorstein
chimni
tak
paa
takrenne
bomba la maji ya mvua
vindu
dirisha
garasje
gareji
dørklokke
kengele ya mlangoni
dør
mlango
søppelkasse
pipa la taka
postkasse
sanduku la barua
hage
bustani

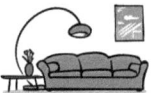

stue
sebuleni

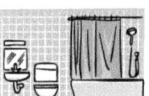

bad
bafu

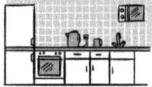

kjøkken
jikoni

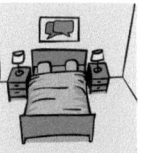

soverom
chumba cha kulala

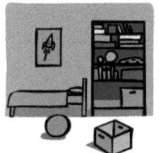

barnerom
chumba ya mtoto

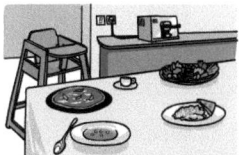

spisestue
chumba cha kulia

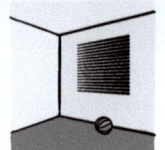

gulv

sakafu

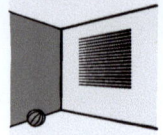

vegg

ukuta

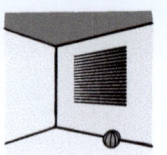

tak

dari

kjeller

pishi

badstue

sauna

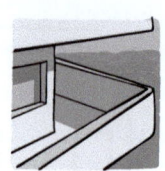

balkong

roshani

terrasse

mtaro

svømmebasseng

kidimbwi

gressklipper

mashine ya kukata nyasi

laken

karatasi

dyne

kitambaa cha kupamba kitanda

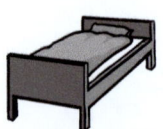

seng

kitanda

kost

ufagio

bøtte

ndoo

bryter

kubadili

stue

sebuleni

tapet
mandhari
bilde
picha
lampe
taa
hylle
rafu
skap
kabati
tv
televisheni/runinga
peis
mekoni
blomst
ua
pute
mto
sofa
sofa
vase
chombo cha maua
fjernkontroll
kitenzambali

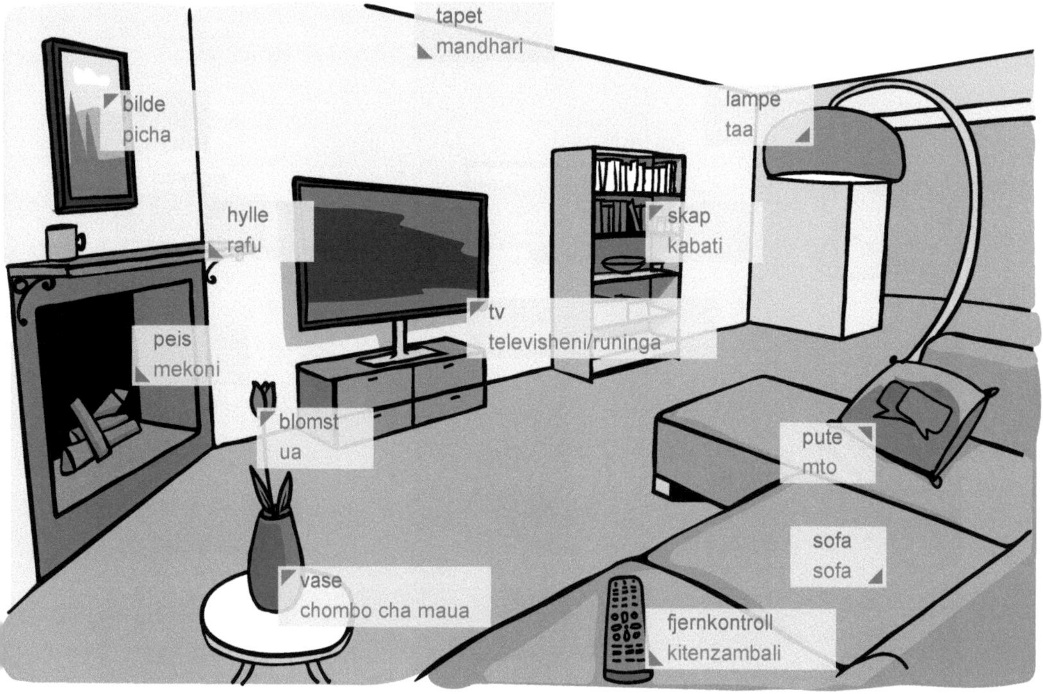

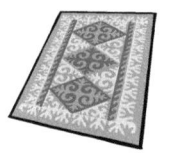

gulvteppe

zulia

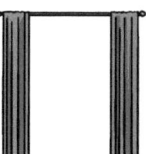

gardin

pazia

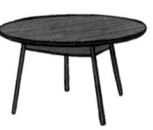

bord

meza

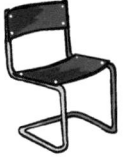

stol

kiti

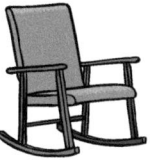

gyngestol

kiti cha bembea

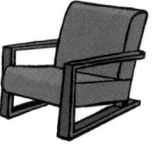

lenestol

armchair

bok

kitabu

teppe

blanketi

dekorasjon

mapambo

ved

kuni

film

filamu

stereoanlegg

kifaa cha hi-fi

nøkkel

ufunguo

avis

gazeti

maleri

uchoraji

plakat

bango

radio

redio

notatblokk

daftari

støvsuger

kifyonza

kaktus

dungusi kakati

lys

mshumaa

kjøkken
jikoni

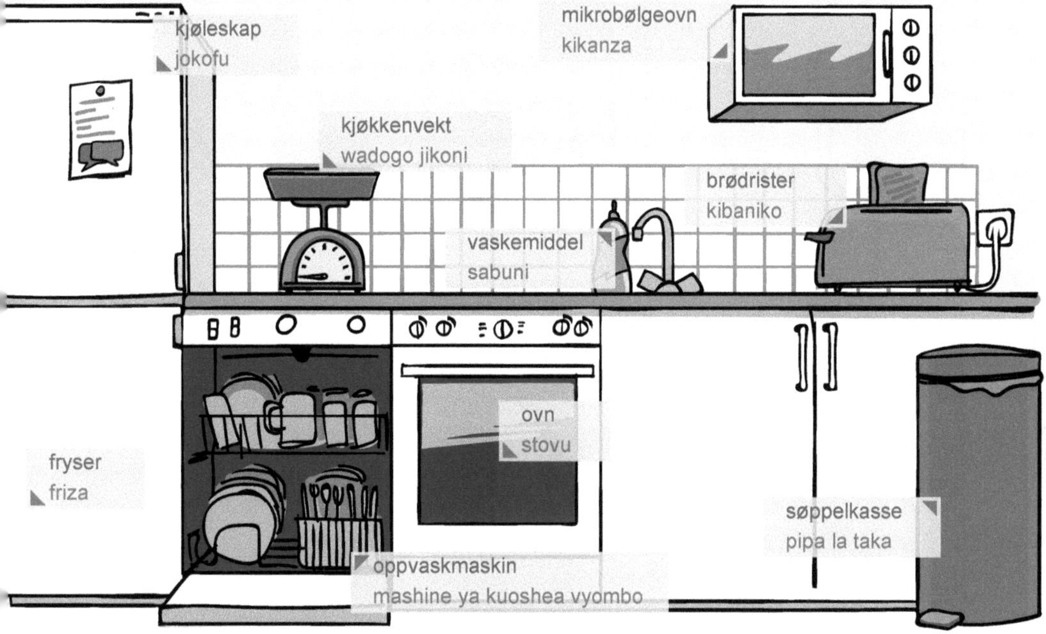
kjøleskap
jokofu
mikrobølgeovn
kikanza
kjøkkenvekt
wadogo jikoni
brødrister
kibaniko
vaskemiddel
sabuni
ovn
stovu
fryser
friza
søppelkasse
pipa la taka
oppvaskmaskin
mashine ya kuoshea vyombo

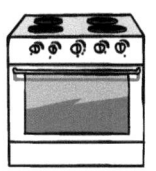

komfyr
jiko la kupika

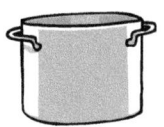

gryte
chungu

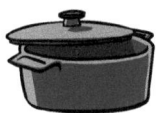

jerngryte
sufuria ya chuma

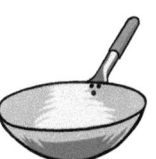

wokpanne
wok / kadai

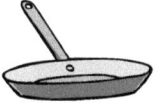

panne
kaango

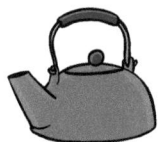

vannkoker
birika

dampovn

stima

stekebrett

sinia ya kuoka

servise

vyombo vya udongo

krus

kombe

bolle

bakuli

spisepinner

vijiti vya kulia

øse

ukawa

stekespade

mwiko mpana

visp

burashi

sil

kichujio

sil

chujio

rivjern

mbuzi

mørtel

chokaa

grill

barbeque

bål

moto wazi

skjærefjøl

ubao wa majaribio

kjevle

kijiti cha kusukuma unga

korketrekker

kizibuo

boks

kopo

boksåpner

inaweza kopo

gryteklut

kishikio cha chungu

vask

karo

børste

brashi

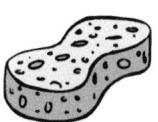

svamp

sifongo

blender

kisagaji matunda

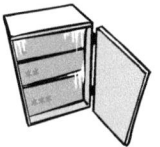

fryseboks

friji ya kina

tåteflaske

chupa ya mtoto

kran

bomba

varme
joto

dusj
mfereji wa kuogea

håndkle
taulo

dusjforheng
pazia la kuogea

skumbad
maji ya kuoga yenye povu

badekar
hodhi

glass
glasi

vaskemaskin
mashine ya kuosha

kran
bomba

fliser
vigae

potte
poti

vask
karo

toalett
choo

ståtoalett
choo cha squat

bidet
beseni la mviringo

pissoar
choo cha umma

toalettpapir
shashi

toalettbørste
brashi ya choo

tannbørste

mswaki

tannkrem

dawa ya meno

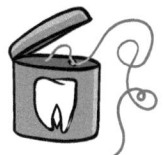

tanntråd

dawa ya meno

vaske

safisha

hånddusj

kuoga mkono

intimdusj

msukumo wa maji

oppvaskbalje

bonde

ryggbørste

mpako wa pili

såpe

sabuni

dusjsåpe

jeli ya kuogea

sjampo

shampuu

vaskeklut

flana

avløp

toa maji

krem

krimu

deodorant

kiondoa harufu

speil

kioo

håndspeil

kioo mkono

barberhøvel

kinyozi

barberskum

povu la kunyoa

barberingsvann

baada ya kunyoa

kam

kichana

børste

brashi

hårføner

kikausha nywele

hårspray

marashi ya nyewele

sminke

vipodozi

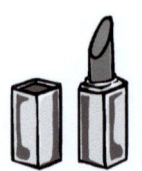

lebestift

kidomwa

neglelakk

varnish ya msumari

bomullsdott

pamba

neglesaks

mkasi wa kucha

parfyme

manukato

toalettmappe

mkoba wa kuosha

krakk

kinyesi

vekt

mizani

badekåpe

nguo ya kuoga

gummihansker

glavu za mpira

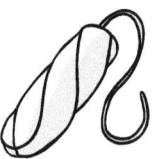

tampong

kisodo

sanitetsbind

sodo

kjemisk toalett

kemikali choo

barnerom
chumba ya mtoto

vekkerklokke
saa ya kengele
kosedyr
kidoli cha kupakata
lekebil
gari bandia
rangle
kelele
dukkehus
chumba cha midoli
gave
sasa

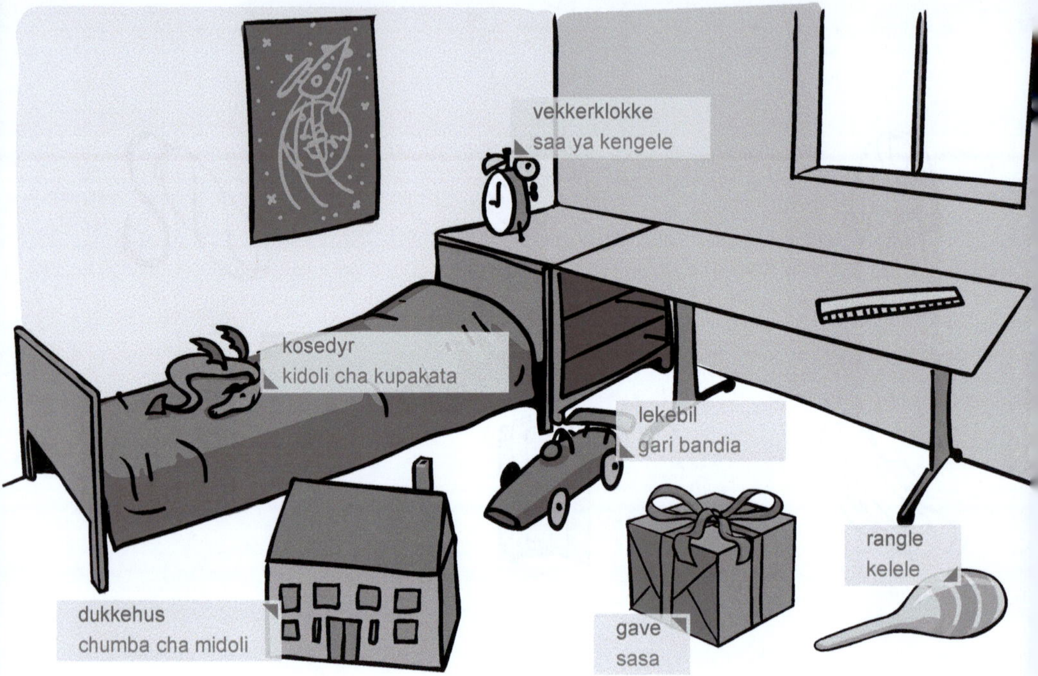

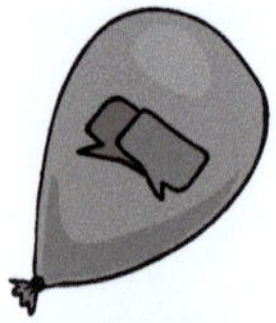

ballong

baluni

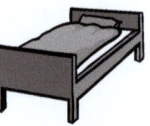

seng

kitanda

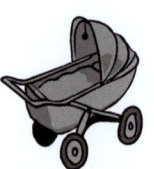

barnevogn

mashua

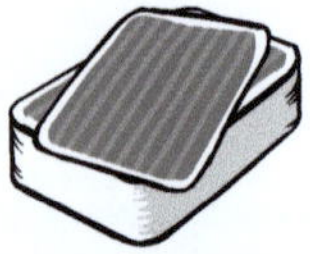

kortstokk

staha ya kadi

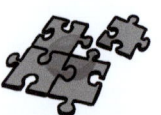

puslespill

mchezo-fumb

SUPER
MEGA

tegneserie

vichekesho

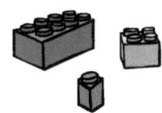

lego klosser

matofali lego

byggeklosser

vitalu mwigo

actionfigur

hatua takwimu

sparkebukse

suti ya kulalia

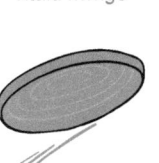

frisbee

kisahani

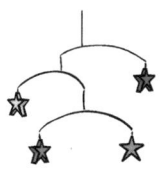

uro

simu

brettspill

ubao wa michezo

terning

kete

togbane

garimoshi mwigo

smokk

dummy

fest

chama

bildebok

picha kitabu

ball

mpira

dukke

kikaragosi

leke

kucheza

sandkasse

shimo la mchanga

gynge

bembea

leketøy

vitu bandia

spillekonsoll

kiweko cha video ya mchezo

trehjulssykkel

baiskeli ya magurudumu

bamse

mwanasesere

garderobeskap

kabati

matatu

klær

nguo

sokker

soksi

strømper

stokingi

strømpebukse

kibano

skjerf
skafu

belte
ukanda

paraply
mwavuli

t-skjorte
fulana

sneakers
wakufunzi

støvler
viatu

tøfler
ndara

sandaler

malapa

sko

viatu

gummistøvler

mabuti ya mpira

underbukse

suruali ya ndani

BH

sidiria

undertrøye

fulana

body

mwili

bukse

suruali

dongeribukse

dangirizi

skjørt

sketi

bluse

blauzi

skjorte

shati

genser

vuta

hettegenser

sweta

dressjakke

bleza

jakke

jaketi

kåpe

koti

regnjakke

koti la mvua

drakt

maleba

kjole

gauni

brudekjole

mavazi ya harusi

dress
suti

nattkjole
vazi la usiku

pyjamas
pajama

sari
sari

skaut
skafu

turban
kilemba

burka
burka

kaftan
kaftan

abaya
abaya

badedrakt
vazi la kuogelea

badebukse
vazi la kiume la kuogelea

shorts
kaptura

treningsklær
teitei

forkle
aproni

handske
glavu

knapp

kifungo

brille

glasi

armbånd

bangili

kjede

mkufu

ring

pete

øredobb

herini

lue

kofia

kleshenger

kiango cha koti

hatt

kofia

slips

tai

glidelås

zipu

hjelm

kofia

bukseseler

kanda za suruali

skoleuniform

sare za shule

uniform

sare

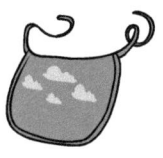

smekke

bibu

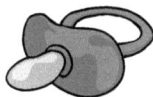

smokk

dummy

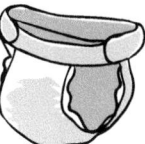

bleie

nepi

kontor

ofisi

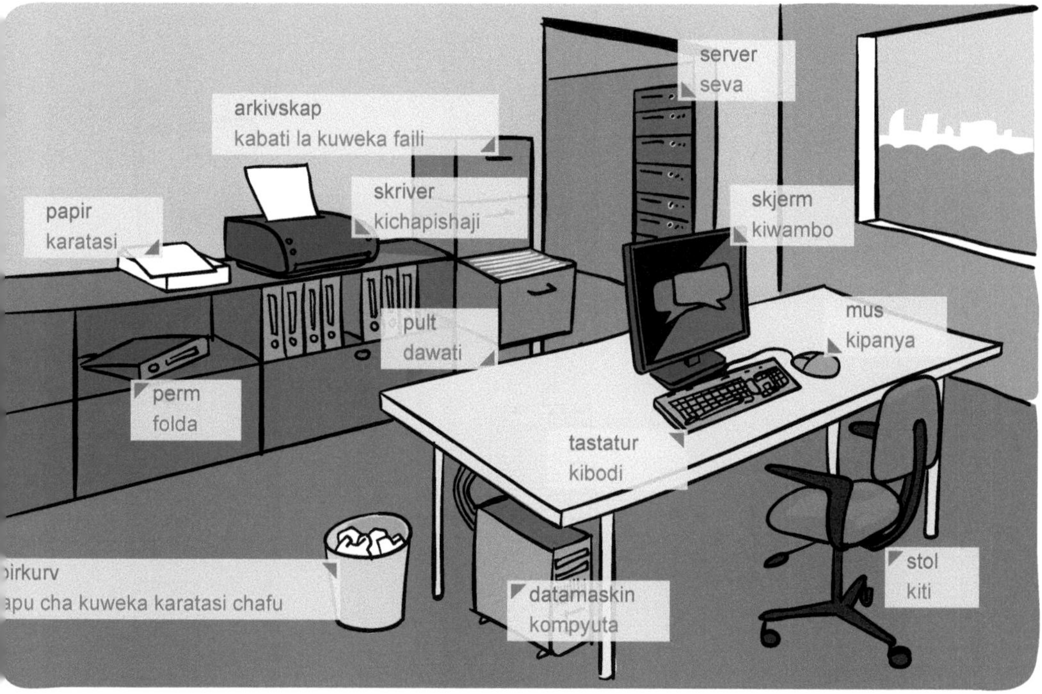
server
seva
arkivskap
kabati la kuweka faili
papir
karatasi
skriver
kichapishaji
skjerm
kiwambo
pult
dawati
mus
kipanya
perm
folda
tastatur
kibodi
irkurv
apu cha kuweka karatasi chafu
datamaskin
kompyuta
stol
kiti

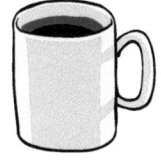

kaffekopp

kmobe la kahawa

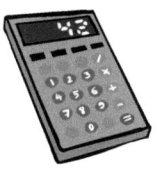

kalkulator

kikokotoo

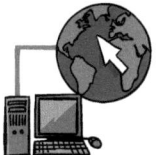

internett

biashara

bærbar pc

mbali

brev

barua

beskjed

ujumbe

mobiltelefon

rununu

nettverk

intaneti

kopimaskin

fotokopia

programvare

programu

telefon

simu

stikkontakt

soketi

faksmaskin

kipepesi

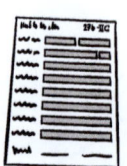

skjema

fomu

dokument

hati

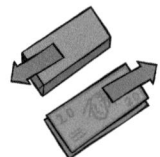

kjøpe

kununua

betale

kulipa

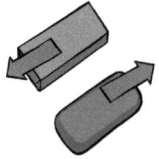

handle

biashara

penger

fedha

dollar

dola

euro

yuro

yen

yeni

rubel

rouble

sveitserfranc

faranga ya Uswisi

renminbi

renminbi yuan

rupi

rupia

minibank

eneo la kulipia

vekslingskontor

ofisi ya ubadilishanaji

gull

dhahabu

sølv

fedha

olje

mafuta

energi

nishati

pris

bei

kontrakt

mkataba

avgift

kodi

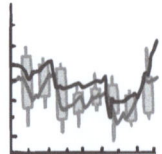

aksje

bidhaa

jobbe

kazi

ansatt

mfanyakazi

arbeitsgiver

mwajiri

fabrikk

kiwanda

butikk

duka

yrker
kazi

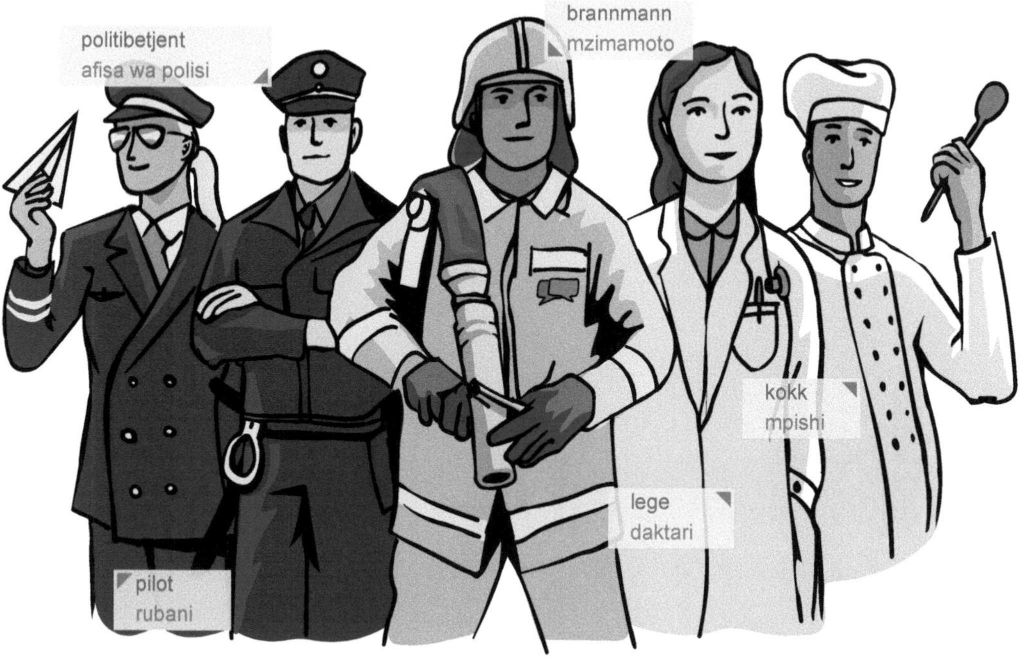
politibetjent
afisa wa polisi
brannmann
mzimamoto
pilot
rubani
lege
daktari
kokk
mpishi

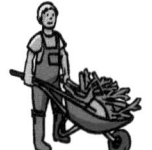

gartner

mtunza bustani

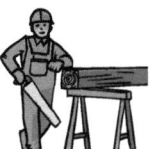

snekker

seremala

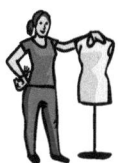

syerske

mshonaji

dommer

hakimu

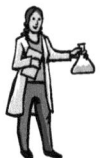

kjemiker

mwanakemia

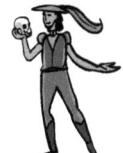

skuespiller

muigizaji

bussjåfør

dereva wa basi

taxisjåfør

dereva wa teksi

fisker

mvuvi

vaskedame

mwanamke wa kusafisha

taktekker

mwezekaji

kelner

mhudumu

jeger

mwindaji

maler

mchoraji

baker

mwokaji

elektriker

umeme

bygningsarbeider

mjenzi

ingeniør

mhandisi

slakter

mchinjaji

rørlegger

fundi bomba

postbud

mwanaposta

soldat

mwanajeshi

arkitekt

msanifu majengo

kasserer

keshia

blomsterhandler

muuza maua

frisør

msusi

konduktør

kondakta

mekaniker

mekanika

kaptein

nahodha

tannlege

daktari wa meno

forsker

mwanasayansi

rabbi

rabbi

imam

imamu

munk

mtawa

prest

kasisi

verktøy

zana

hammer
nyundo
tang
koleo
skrujern
bisibisi
skiftenøkkel
spana
lommelykt
kurunzi

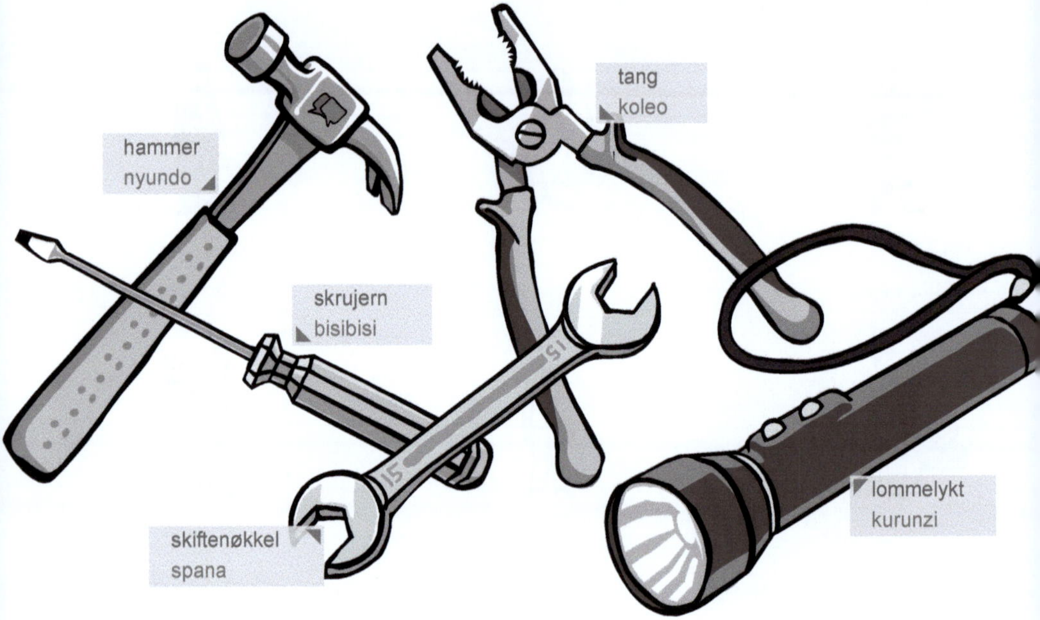

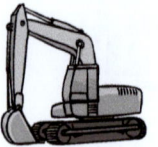

gravemaskin

mchimbaji

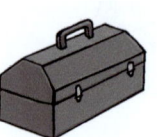

verktøykasse

sanduku la vifaa

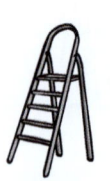

stige

ngazi

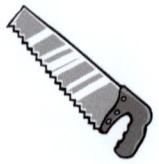

sag

msumeno

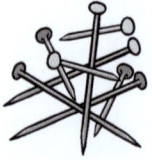

spiker

misumari

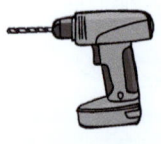

bor

kuchimba visima

reparere

kukarabati

spade

sepetu

Søren!

Lo!

feiebrett

kishikio cha uchafu

malingsspann

chungu cha rangi

skruer

skurubu

musikkinstrument
ala za muziki

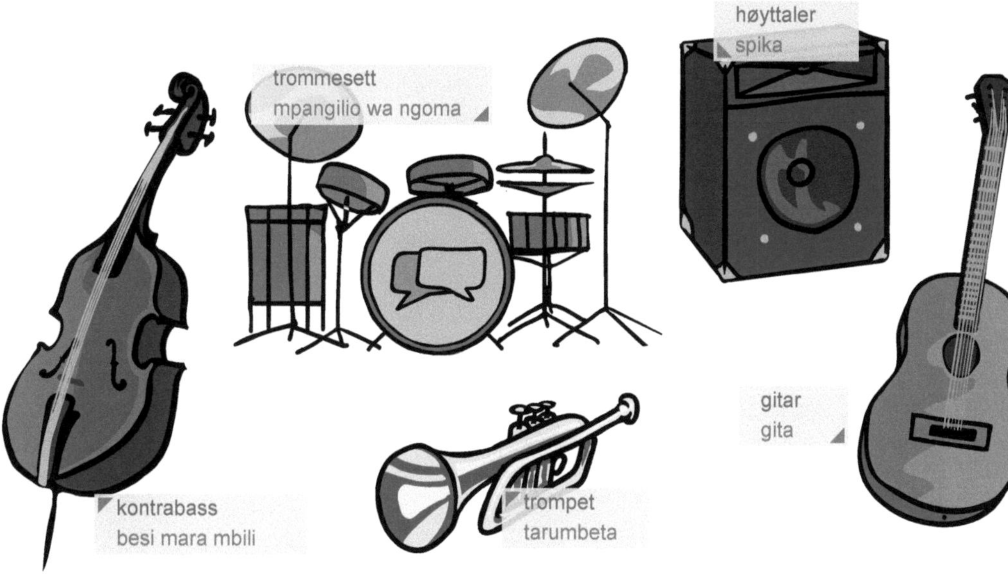

høyttaler
spika

trommesett
mpangilio wa ngoma

gitar
gita

kontrabass
besi mara mbili

trompet
tarumbeta

piano
piano

fiolin
fidla

bass
ubeji

pauke
timpani

trommer
ngoma

keyboard
kibodi

saksofon
saksafoni

fløyte
filimbi

mikrofon
maikrofoni

musikkinstrument - ala za muziki

dyrehage
bustani ya wanyama

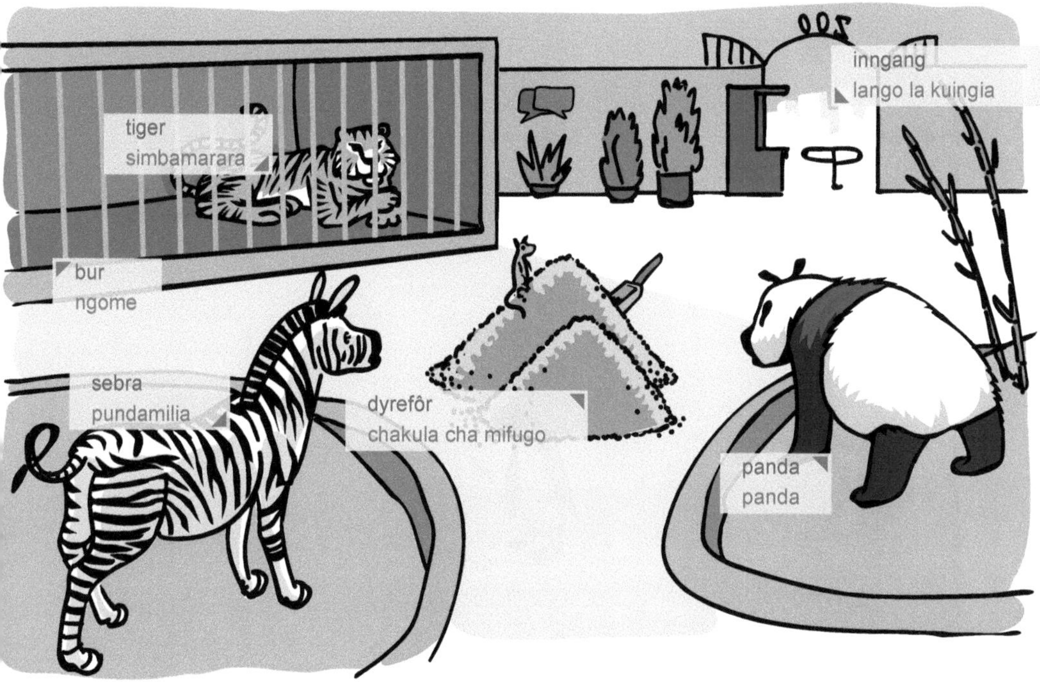

inngang
lango la kuingia
tiger
simbamarara
bur
ngome
sebra
pundamilia
dyrefôr
chakula cha mifugo
panda
panda

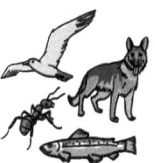

dyr

wanyama

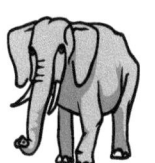

elefant

tembo

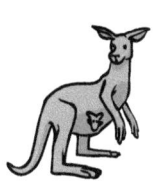

kenguru

kangaruu

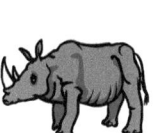

neshorn

kifaru

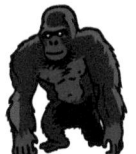

gorilla

sokwe

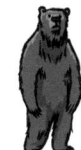

bjørn

dubu

kamel

ngamia

struts

mbuni

løve

simba

ape

tumbili

flamingo

heroe

papegøye

kasuku

isbjørn

dubu

pingvin

penguini

hai

papa

påfugl

tausi

slange

nyoka

krokodille

mamba

dyrepasser

mtunza wanyama

sel

muhuri

jaguar

jaguar

ponni

mwanafarasi

leopard

chui

flodhest

kiboko

giraff

twiga

ørn

tai

villsvin

nguruwe mwitu

fisk

samaki

skilpadde

kobe

hvalross

sili

rev

mbweha

gaselle

paa

amerikansk fotball
soka ya marekani

sykling
uendeshaji baiskeli

tennis
tenisi

basketball
mpira wa kikapu

svømming
kuogelea

boksing
ndondi

ishockey
magongo ya barafuni

fotball
soka

badminton
vinyoya

friidrett
riadha

håndball
mpira wa mikono

stå på ski
skii

polo
polo

hoppe
kuruka

le
cheka

klemme
kumbatia

gå
kutembea

synge
kuimba

drømme
ota ndoto

be
kuomba

kysse
busu

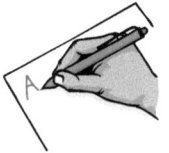

skrive
kuandika

tegne
kuteka

vise
angalia

trykke
sukuma

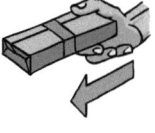

gi
kutoa

ta
kuchukua

ha

kuwa

gjøre

fanya

være

kuwa

stå

kusimama

løpe

kukimbia

dra

vuta

kaste

kutupa

falle

kuanguka

ligge

hadaa

vente

kusubiri

bære

kubeba

sitte

kukaa

kle på

vaa nguo

sove

usingizi

våkne

kuamka

se på

kuangalia

gråte

lia

stryke

kiharusi

gre

chana nywele

snakke

ongea

forstå

kuelewa

spørre

kuuliza

høre

kusikiliza

drikke

kunywa

spise

kula

rydde

nadhifisha

elske

upendo

lage mat

mpishi

kjøre

gari

fly

kuruka

seile

meli

regne

kokotoa

lese

kusoma

lære

kujifunza

jobbe

kazi

gifte seg

kuoa

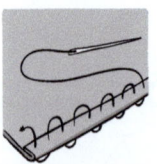

sy

kushona

pusse tenner

piga mswaki

drepe

kuua

røyke

moshi

sende

kutuma

bestemor
bibi

bestefar
babu

far
baba

mor
mama

baby
mtoto

datter
binti

sønn
bin

gjest
mgeni

tante
shangazi

onkel
mjomba

bror
kaka

søster
dada

kropp

mwili

panne
paji la uso
øye
jicho
skulder
bega
finger
kidole
fjes
uso
hake
kidevu
hånd
mkono
ben
mguu
bryst
matiti
arm
mkono

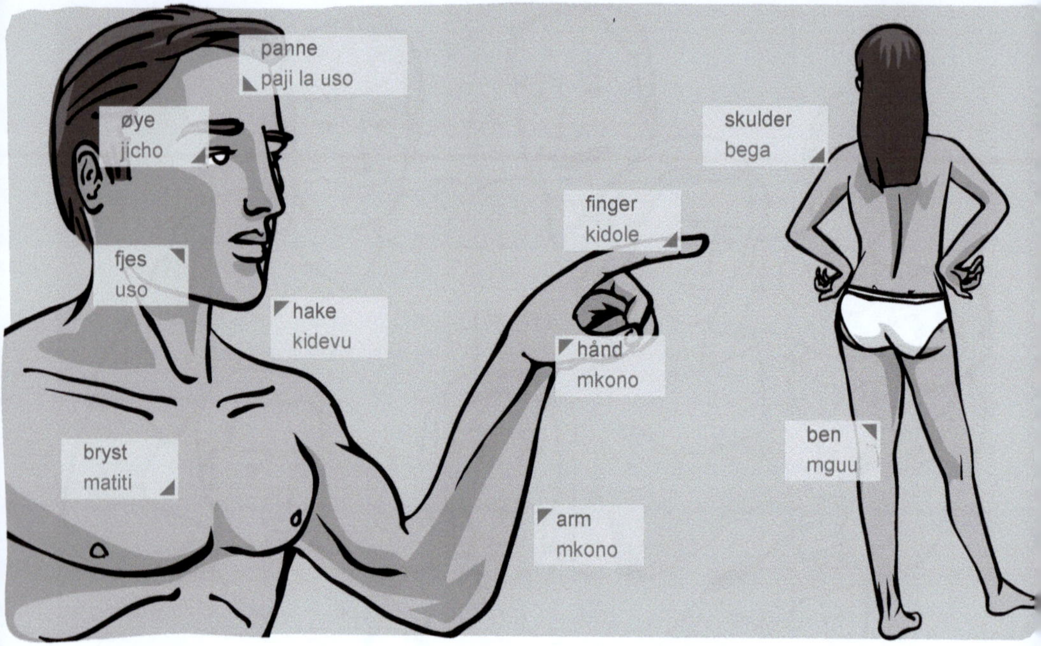

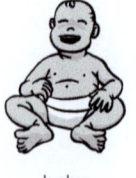

baby

mtoto

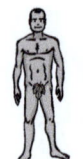

mann

mwanamume

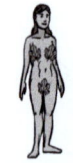

kvinne

mwanamke

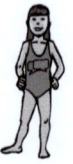

jente

msichana

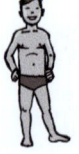

gutt

mvulana

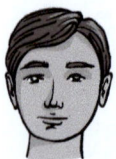

hode

kichwa

rygg

nyuma

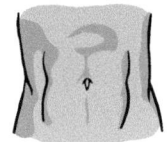

mage

tumbo

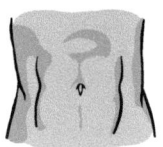

navle

kitovu

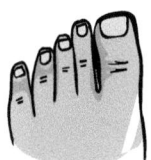

tå

chano

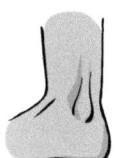

hæl

kisigino

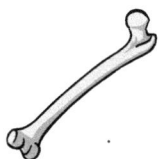

bein

mfupa

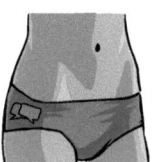

hofte

nyonga

kne

goti

albue

kiwiko

nese

pua

rumpe

chini

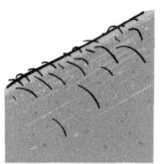

hud

ngozi

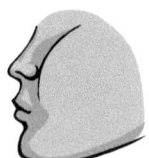

kinn

shavu

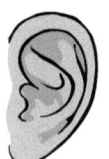

øre

sikio

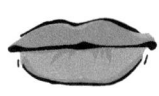

leppe

mdomo

munn

kinywa

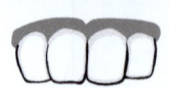

tann

jino

tunge

ulimi

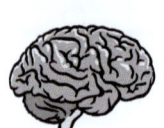

hjerne

ubongo

hjerte

moyo

muskel

misuli

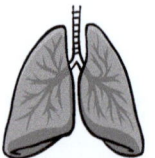

lunge

pafu

lever

ini

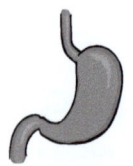

magesekk

tumbo

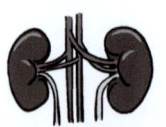

nyrer

figo

samleie

jinsia

kondom

kondomu

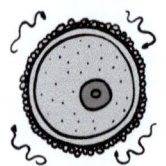

eggcelle

ovari

sæd

shahawa

graviditet

mimba

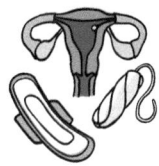

menstruasjon
hedhi

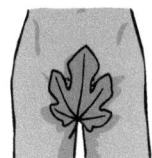

vagina
uke

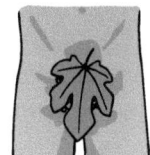

penis
uume

øyenbryn
unyusi

hår
nywele

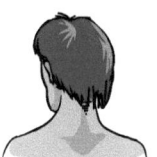

hals
shingo

sykehus

hospitali

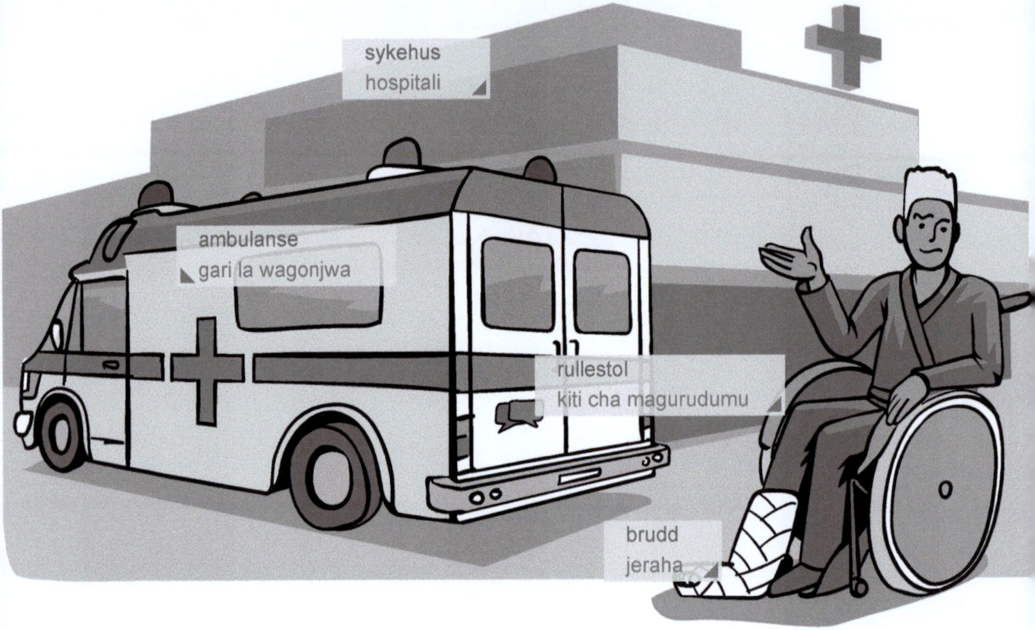

sykehus
hospitali
ambulanse
gari la wagonjwa
rullestol
kiti cha magurudumu
brudd
jeraha

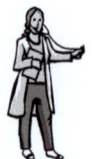

lege

daktari

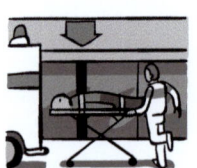

akuttmottak

chumba cha dharura

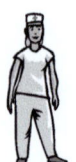

sykepleier

muuguzi

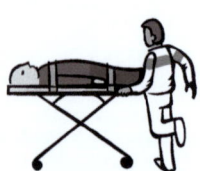

nødsituasjon

dharura

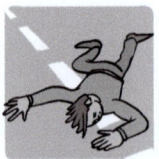

bevisstløs

kupoteza fahamu

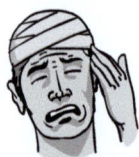

smerte

maumivu

skade

kuumia

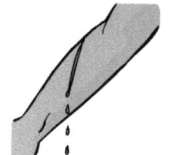

blødning

kutokwa na damu

hjerteinfarkt

mshtuko wa moyo

hjerneslag

kiharusi

allergi

mzio

hoste

kikohozi

feber

homa

influensa

mafua

diaré

kuharisha

hodepine

maumivu ya kichwa

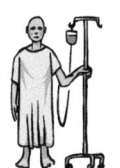

kreft

kansa

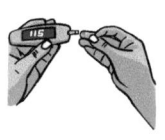

diabetes

ugonjwa wa kisukari

kirurg

daktari mpasuaji

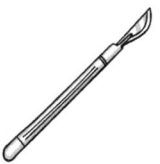

skalpell

kisu kidogo cha kupasulia

operasjon

operesheni

CT

picha changanufu ya mwili

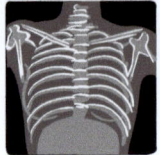

røntgen

Eksrei

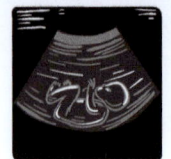

ultralyd

mawimbi sauti

ansiktsmaske

barakoa ya uso

sykdom

ugonjwa

venterom

chumba cha kusubiri

krykke

mkongojo

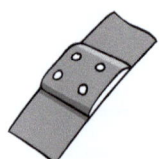

plaster

plasta

bandasje

bendeji

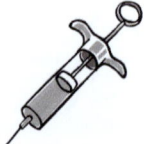

injeksjon

sindano

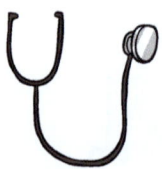

stetoskop

stetoskopu

båre

machela

klinisk termometer

kipimajoto cha kliniki

fødsel

kuzaliwa

overvekt

unene kupita kiasi

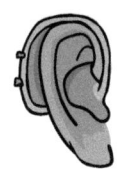

høreapparat

kusikia misaada

desinfeksjonsmiddel

kipukusi

infeksjon

maambukizi

virus

virusi

HIV/AIDS

VVU / UKIMWI

medisin

dawa

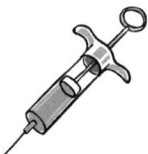

vaksinasjon

chanjo

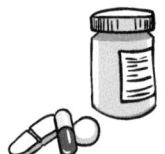

tabletter

vidonge

pille

kidonge

nødanrop

simu ya dharura

blodtrykksmåler

haemodainamometa

syk / frisk

mgonjwa / mwenye afya

Hjelp!

Msaada!

alarm

kengele

overfall

pigo

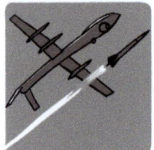

angrep

shambulizi

fare

hatari

nødutgang

lango la dharura

Brann!

Moto!

brannslukker

kizima moto

ulykke

ajali

førstehjelpsskrin

vifaa vya huduma ya
kwanza

SOS

wito wa msaada

politi

polisi

Europa

Ulaya

Nord-Amerika

Amerika ya Kaskazini

Sør-Amerika

Amerika ya Kusini

Afrika

Afrika

Asia

Asia

Australia

Australia

Atlanterhavet

Atlantiki

Stillehavet

Pasifiki

Det indiske hav

Bahari ya Hindi

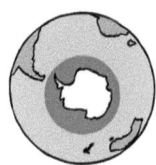

Sørishavet

Bahari ya Antaktiki

Nordishavet

Bahari ya Aktiki

Nordpolen

Ncha ya Kaskazini

Sydpolen

Ncha ya Kusini

Antarktis

Antaktika

jorden

dunia

land

nchi

sjø

bahari

øy

kisiwa

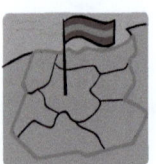

nasjon

taifa

stat

jimbo

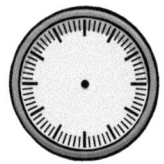

urskive

uso wa saa

timeviser

akrabu ya saa

minuttviser

akrabu ya dakika

sekundviser

akrabu ya sekunde

Hva er klokken?

Ni saa ngapi?

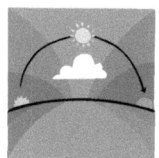

dag

siku

tid

wakati

nå

sasa

digitalklokke

saa ya dijitali

minutt

dakika

time

saa

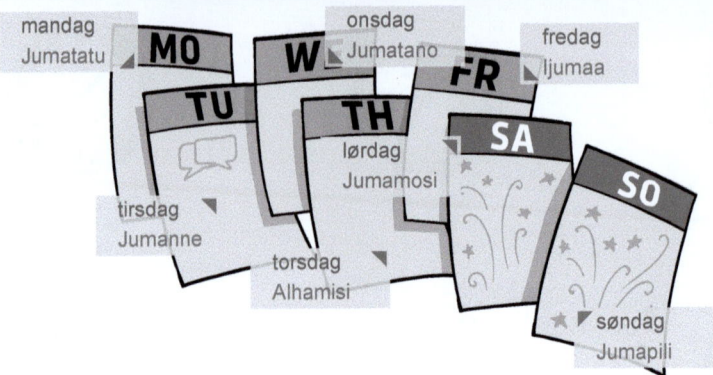

mandag
Jumatatu

onsdag
Jumatano

fredag
Ijumaa

tirsdag
Jumanne

lørdag
Jumamosi

torsdag
Alhamisi

søndag
Jumapili

i går

jana

i dag

leo

i morgen

kesho

morgen

asubuhi

middag

saa sita mchana

kveld

jioni

MO	TU	WE	TH	FR	SA	SU
1	2	3	4	5	6	7
8	9	10	11	12	13	14
15	16	17	18	19	20	21
22	23	24	25	26	27	28
29	30	31	1	2	3	4

arbeidsdag

siku za biashara

MO	TU	WE	TH	FR	SA	SU
1	2	3	4	5	6	7
8	9	10	11	12	13	14
15	16	17	18	19	20	21
22	23	24	25	26	27	28
29	30	31	1	2	3	4

helg

mwishoni mwa wiki

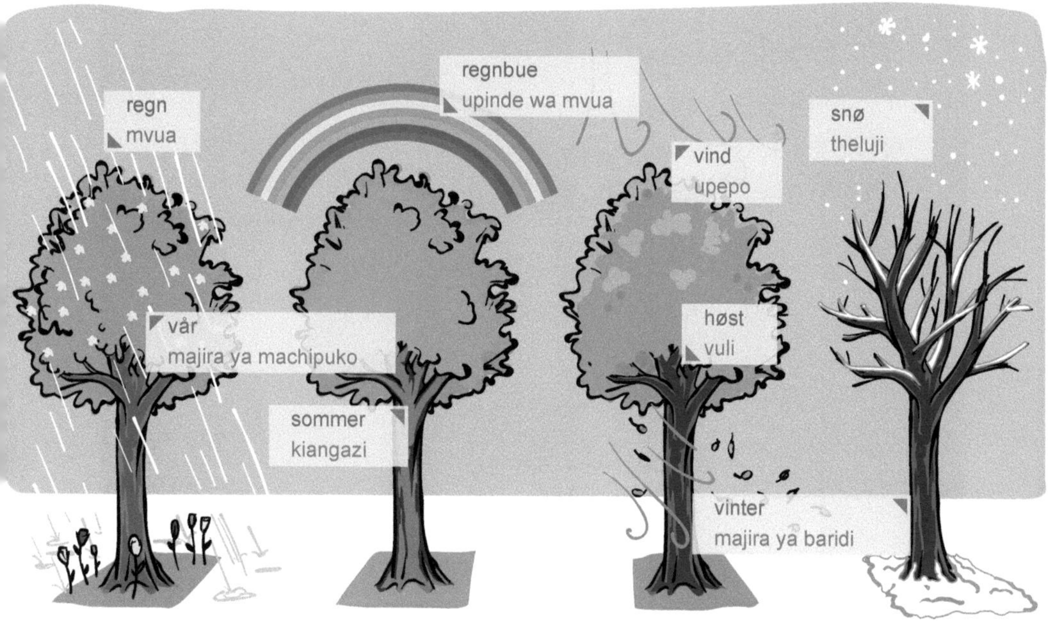

regn
mvua
regnbue
upinde wa mvua
vind
upepo
snø
theluji
vår
majira ya machipuko
høst
vuli
sommer
kiangazi
vinter
majira ya baridi

4.APRIL 11°
5.APRIL 4°
6.APRIL 13°
7.APRIL 8°
8.APRIL 10°

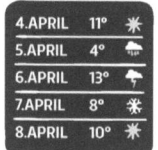

værmelding

utabiri wa hali ya hewa

F C
120 40
90 30
60 20
30 10
0 0
-30 -10
-20

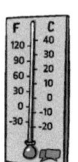

termometer

kipimajoto

solskinn

mwanga wa jua

sky

wingu

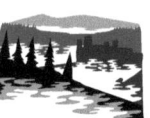

tåke

ukungu

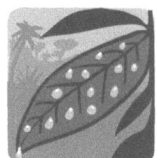

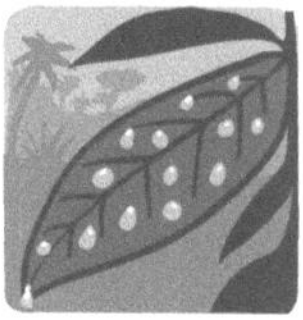

luftfuktighet

unyevu

lyn
umeme

torden
radi

storm
dhoruba

hagl
mvua ya mawe

monsun
monsuni

oversvømmelse
mafuriko

is
barafu

januar
Januari

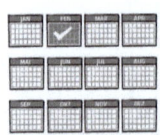

februar
Februari

mars
Machi

april
Aprili

mai
Mei

juni
Juni

juli
Julai

august
Agosti

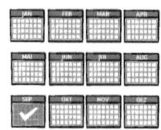

september
....
Septemba

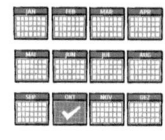

oktober
....
Oktoba

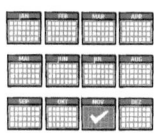

november
....
Novemba

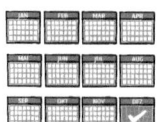

desember
....
Desemba

former

maumbo

sirkel
....
mduara

kvadrat
....
mraba

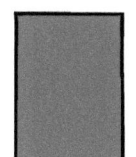

rektangel
....
mstatili

triangel
....
pembetatu

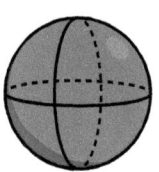

kule
....
nyanja

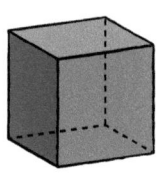

kube
....
mchemraba

hvit

nyeupe

gul

manjano

oransj

chungwa

rosa

rangi ya waridi

rød

nyekundu

lilla

hudhurungi

blå

bluu

grønn

kijani

brun

hanja

grå

jivujivu

svart

nyeusi

mye / lite

mengi / kidogo

sint / rolig

hasira / pole

pen / stygg

nzuri / mbaya

start / slutt

mwanzo / mwisho

stor / liten

kubwa / ndogo

lys / mørk

angavu / giza

bror / søster

kaka / dada

ren / skitten

safi / chafu

fullstendig / ufullstendig

kamilika / tokamilika

dag / natt

siku / usiku

død / levende

wafu / hai

bred / smal

pana / nyembamba

spiselig / uspiselig

kulika / kutolika

ond / snill

ovu / ema

begeistret / lei

sisimkwa / udhika

tykk / tynn

nene / nyembamba

først / sist

kwanza / mwisho

venn / fiende

rafiki / adui

full / tom

jaa / tupu

hard / myk

ngumu / laini

tung / lett

nzito / nyepesi

sulten / tørst

njaa / kiu

syk / frisk

mgonjwa / mwenye afya

ulovlig / lovlig

haramu / kisheria

intelligent / dum

akili / kijinga

venstre / høyre

kushoto / kulia

nære / langt unna

karibu / mbali

ny / brukt

mpya / kutumika

ingenting / noe

kitu / jambo

gammel / ung

zee / changa

på / av

waka / zima

åpen / stengt

wazi / fungwa

lavt / høyt

utulivu / kelele

rik / fattig

tajiri / masikini

riktig / feil

sahihi / kosa

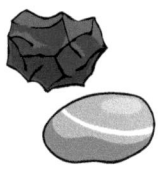

ru / glatt

mbaya / laini

trist / glad

huzunika / furahia

kort / lang

fupi /ndefu

langsom / rask

polepole / haraka

vått / tørt

nyevu / kavu

varm / lunken

joto / baridi

krig / fred

vita / amani

0

null
....
sufuri

1

en
....
moja

2

to
....
mbili

3

tre
....
tatu

4

fire
....
nne

5

fem
....
tano

6

seks
....
sita

7

sju
....
saba

8

åtte
....
nane

9

ni
....
tisa

10

ti
....
kumi

11

elleve
....
kumi na moja

12

tolv

kumi na mbili

13

tretten

kumi na tatu

14

fjorten

kumi na nne

15

femten

kumi na tano

16

seksten

kumi na sita

17

sytten

kumi na saba

18

atten

kumi na nane

19

nitten

kumi na tisa

20

tjue

ishirini

100

hundre

mia

1.000

tusen

elfu

1.000.000

million

milioni

engelsk

Kiingereza

amerikansk engelsk

Kiingereza cha Marekani

mandarin

Kimandarini cha Uchina

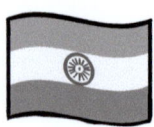

hindi

Kihindi

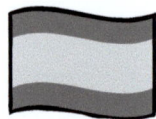

spansk

Kihispania

fransk

Kifaransa

arabisk

Kiarabu

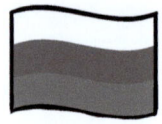

russisk

Kirusi

portugisisk

Kireno

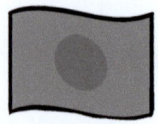

bengali

Kibengali

tysk

Kijerumani

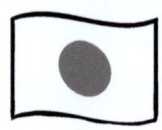

japansk

Kijapani

jeg

mimi

du

wewe

han / hun / det

yeye / yeye / ni

vi

sisi

dere

wewe

de

wao

hvem?

nani?

hva?

nini?

hvordan?

jinsi gani?

hvor?

wapi?

når?

lini?

navn

jina

bakom
....
nyuma

i
....
katika

foran
....
mbele ya

over
....
juu ya

på
....
kwenye

under
....
chini ya

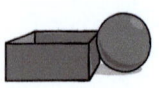

ved siden av
....
kando

mellom
....
kati

sted
....
mahali